Wuthering Walls

Isang Conglomeration ng mga Tula

Translated to Filipino from the English version of
Wuthering Walls

Riddhima Sen

Ukiyoto Publishing

Ang lahat ng pandaigdigang karapatan sa paglalathala ay hawak ng

Ukiyoto Publishing

Nai publish sa 2023

Nilalaman Copyright © Riddhima Sen

ISBN 9789359207568

Lahat ng karapatan ay nakalaan.
Walang bahagi ng lathalaing ito ang maaaring i-produce, ipadala, o itago sa isang retrieval system, sa anumang anyo sa anumang paraan, electronic, mechanical, photocopying, recording o kung hindi man, nang walang paunang pahintulot ng publisher.

Iginiit ang mga karapatang moral ng may akda.

Ito ay isang gawa gawa lamang. Ang mga pangalan, tauhan, negosyo, lugar, pangyayari, lokal, at insidente ay produkto ng imahinasyon ng may akda o ginagamit sa kathang isip. Ang anumang pagkakahawig sa mga aktwal na tao, buhay o patay, o aktwal na mga pangyayari ay nagkataon lamang.

Ang aklat na ito ay ibinebenta napapailalim sa kondisyon na hindi ito sa pamamagitan ng paraan ng kalakalan o kung hindi man, ay ipapahiram, ibebenta, upahan o kung hindi man ay ipakalat, nang walang paunang pahintulot ng publisher, sa anumang anyo ng pagbubuklod o takip maliban sa kung saan ito ay inilathala.

www.ukiyoto.com

Pagkilala

Nais kong magpasalamat sa aking mga kapamilya dahil nasa tabi ko sila sa pamamagitan ng makapal at payat.

Mga Nilalaman

Pagpasok sa Journal	1
Mga Nakakunot na Petals ng mga Rosas	2
Pag-uusap	3
Ang Sisidlan ng Buhay	4
Micro kuwento	5
Mga Flannel ng Elegance	6
Mga Kasama Magpakailanman	7
Mga Kiosk ng Delusyon	8
Mga Inked Balloon	9
Indigo Waves	10
Mga Burol na Pinaputi	11
Tungkol sa May akda	12

Pagpasok sa Journal

Kahanga-hanga, maluwalhating mga damit
Hinahabi ng maraming makukulay na sinulid,
Tints ng matingkad na iskarlata,
Mountain blue, ang kinatawan ng katahimikan;
At pastel shades, subtle pa medyo.

Mga Nakakunot na Petals ng mga Rosas

Nakakunot na mga petals ng mga rosas,
Nagkalat sa lahat ng daan,
Chrome dilaw sa alikabok ng buhay,
Pinahiran ng mendacity,
Monotonous shades ng mapurol grey
Tinted na may mga speckles ng itim
Na kumakatawan sa buhay,
Sa pinakabihirang sarili nito;

Naka embed sa mga nagpapadilim na hugis
Nakasandal sa bangketa
Ang buhay ay isang rollercoaster ride lamang, tunay.

Pag-uusap

Pag-uusap

Lily: Hoy, Cactus, kamusta ka na

Cactus: Hoy, magaling ako. Ano naman ang tungkol sa iyo

Lily: oo nga, I am hale and hearty as ever, ano pa kaya ang mali sa akin kapag maputi at dalisay ako. Ikaw ay kaya magaspang at hindi sopistikado.

Cactus: Hindi ako pangit, pangit at marumi ang mga iniisip mo.

Ang Sisidlan ng Buhay

Ang sisidlan ng buhay

Lalaki : Ano ang kahulugan ng buhay

Pilosopo : Well , ito ay paglalakbay ng isang indibidwal mula sa panimulang punto hanggang sa punto ng pagtatapos .

Lalaki : Kung ang buhay ay napakamiserable, at puno ng mga hamon, bakit natin ito ipamumuhay ?

Pilosopo: Dahil ang sisidlan ng buhay ay tumatawid sa ilog ng pananampalataya , habag, kabaitan at positivity atleast minsan , hindi ito laging nahaharap sa mga bagyong hangin na nagiging sanhi ng pagsikip ng mga dagat, at naglalabas ng maalat na luha sa anyo ng mga alon . Ang sisidlan ng buhay ay crafted na may rosewood at redwood , sa parehong oras . Ito ay isang paglalakbay na sulit na simulan , kahit na ito ay isang amalgamation ng kaligayahan at kalungkutan.

Micro kuwento

Micro kuwento

Ang kabalintunaan ng lipunan

Minsan may isang matandang lalaki, na may sakit at nakahiga sa kalsada, talagang walang magawa. Tinignan siya ng mga tao, ngunit walang nangahas na tulungan siya hanggang sa ang kawawang kaluluwa ay tuluyang sumuko sa karamdaman at hindi na miyembro ng pagkukunwari na may dalawang mukha.

Mga Flannel ng Elegance

Mga flannel ng karangyaan

Masiglang mga kulay,

Kumikislap sa kailaliman ng kadiliman;

Tulad ng isang insignia ng kalooban ng tao

Na lumilitaw na matagumpay sa dulo ng isang nakakapagod at madugong labanan,

Naliligo sa dugo, mapula at nagniningning,

Ay sa wakas ay lumiwanag sa violet horizon, pininturahan ng isang libong shades

Mga flannel ng kagandahan,

Pininturahan sa bundok asul at pilak

Ipagdiwang ang awit ng Victor.

Mga Kasama Magpakailanman

Ang mga kaibigan ay parang isang
makulay na bahaghari,
Sa gitna ng kailaliman ng katatagan;
Tulad ng mga splashes ng violet at asul,
At kulay patches ng asul at bundok pilak,
Ang mga insignia ba ng buhay, ay tunay
Kumikislap sa abot tanaw,
Ang mga kaibigan ang ilaw ng buhay.

Mga Kiosk ng Delusyon

Mga kiosk ng delusyon,
Lumulutang sa hangin na parang pulang alak;
Puno ng pekeng pag asa at pangarap
Pagbara sa pensibong isip

Mga Inked Balloon

Mga lobo ng pag iisip,
Lumutang sa kalangitan;
Makulayan ng masiglang tints
Ng madilim na asul, at matingkad na dilaw
Ay inked sa milky white sheet ng papel,
Tulad ng mga pangarap.

Ang mga inked dreams ay gawa sa makukulay na kaisipan,
Pinalamutian ng imahinasyon
At mga perlas ng kaligayahan,
Ang mga inked dreams ay kumakatawan sa mga panloob na kaisipan ng isang makata.

Indigo Waves

Mga alon ng indigo,

Kumalat sa ibayong-dagat;

Sa mga pira piraso,

Noong una pa lang tayong malaya,

Ang araw na natikman natin ang kalayaan sa pinakaunang pagkakataon,

Noong$^{\text{ika-15 ng}}$ Agosto 1947;

Sa wakas ay nakilala ang British Rule,

Sa paghagupit ng hatinggabi;

Parang may karagatan na nasugatan,

Sa mga ngiti at exuberance ng mga "freedmen",

At ang tiranga

Lumilipad sa azure sky.

Mga Burol na Pinaputi

Mga burol na pinaputi,
Kumikislap sa malayong abot tanaw,
Kasing-rosas ng perlas na nakakulong sa loob ng talaba;
Kasing pilak ng lining ng mga ulap,
Hemming sa kalangitan
Mula sa lahat ng direksyon .

Tungkol sa May akda

Riddhima Sen

Si Riddhima Sen ay kasalukuyang nag aaral sa Jadavpur University, Kolkata. Siya ay isang introvert na mahilig magbasa ng libro at magsulat ng tula. Mahilig pa siyang magdisenyo ng mga damit at kapana-panabik na kasuotan. Siya ay isang Social Media Intern sa Younity, isang boluntaryo sa Hamari Pahchan NGO, isang curriculum writing intern sa Team Everest, at ang Vice President ng Architecture Club, SUPROS. Nais niyang lubos na masiyahan sa buhay at nais niyang subukan ang bawat aktibidad sa ilalim ng araw. Mahilig siyang magbigkas ng mga tula at bumuo rin ng mga liriko. Sa pamamagitan ng pakikilahok sa mga programa ng pamumuno, napagtagumpayan niya ang kanyang introversion sa isang mahusay na lawak.

www.ingramcontent.com/pod-product-compliance
Lightning Source LLC
LaVergne TN
LVHW041644070526
838199LV00053B/3561